സരിതപ്രമോദ് കുന്നരു

കെ രാഘവന്റെയും സാവിത്രിയുടെയും മകൾ. പഴയങ്ങാടി ചെങ്ങലിൽ 1981 ഏപ്രിൽ 4ന് ജനനം.

ഇപ്പോൾ ഷാർജയിൽ ഹൗസ് മെയ്ഡായി ജോലിചെയ്യുന്നു. കഴിഞ്ഞ അഞ്ചു വർഷമായ് യുഎഇ യിൽ താമസം. നാട്ടിൽ ലൈബ്രേറിയൻ, ആധാരം എഴുത്ത് എന്നീ മേഖലകളിൽ ജോലി ചെയ്തിരുന്നു. ഹൈസ്ക്കൂൾ വിദ്യാഭ്യാസം.

പയ്യന്നൂർ കുന്നരുവിൽ സ്ഥിരതാമസം.

ഭർത്താവ് : പ്രമോദ് കെ പി, മക്കൾ അമൃത, അശ്വതി

ഫോൺ : +919961416051, യു.എ.ഇ നമ്പർ : +971528368874

Malayalam Language
Gandhavahini
(Non-Fiction)
by
Saritha Pramod Kunnaru

♦

Published in October 2022
by Kairali Books Private Limited
Thalikkavu Road, Kannur.
Ph : 0497-2761200
E-Mail : Kairalibooksknr@gmail.com

♦

Cover Design
Prasanth Mangad

68/22-23/Sl.No.1376/250/NS 18.6
ISBN. 978-93-94472-27-3

ഗന്ധവാഹിനി

സരിതപ്രമോദ് കുന്നരു

കൈരളി ബുക്സ്

ഓർമ്മച്ചെപ്പിന്റെ എവിടെയോ ഞാൻ ഒളിപ്പിച്ച് വച്ച എന്റെ ജീവിതയാത്രയിലെ ഒരേട് 'ഗന്ധവാഹിനി' എന്ന പേരിൽ എഴുതിയപ്പോൾ പ്രതീക്ഷിക്കാത്ത സ്വീകരണമാണ് കിട്ടിയത്. ഞാൻ പലപ്പോഴായി എഴുതിയ കുറിപ്പുകൾ. എല്ലാവരുടെ ഉള്ളിലും അവനവനെ തിരയുന്ന ഒരാളുണ്ട്. ആ തിരച്ചലിൽ നമുക്ക് കിട്ടുന്നത് കഴിഞ്ഞുപോയ നല്ല കാലത്തിന്റെ സ്മൃതികളാണ്. ആ സ്മൃതികളിലൂടെ വരും ദിവസങ്ങളിലും ഞാൻ വീണ്ടും എത്തുമെന്ന ഉറപ്പോടെ നിങ്ങൾ എല്ലാവരും തന്ന ഈ പ്രോത്സാഹനത്തിന് നന്ദി. കൈരളി ബുക്സ് മാനേജിംഗ് ഡയറക്ടർ ഒ. അശോക്കുമാറിനും എഡിറ്റർ സുകുമാരൻ പെരിയച്ചൂരിനും പ്രവീൺ പാലക്കീലിനും എന്നെ പ്രോത്സാഹിപ്പിച്ചുകൊണ്ടിരിക്കുന്ന പ്രവാസി സുഹൃത്തുക്കൾക്കും എന്റെ നാട്ടുകാർക്കും എല്ലാവർക്കും നന്ദി...

സരിതപ്രമോദ് കുന്നരു

ഉള്ളടക്കം

ജീവിതം തന്നെ എഴുത്ത്

പ്രവീൺ പാലക്കീൽ

പ്രവാസലോകത്ത് അക്ഷരങ്ങളാണ് ഏറെ സൗഹൃദങ്ങൾ സൃഷ്ടിക്കുന്നത്. വർഷാവർഷം ഷാർജ അന്താരാഷ്ട്ര പുസ്തകോത്സവവും, സാഹിത്യ കൂട്ടായ്മകളും സൗഹൃദങ്ങൾക്ക് ആഴം കൂട്ടുന്നു. സരിത പ്രമോദിനെ ആദ്യമായ് കാണുന്നത് ഷാർജ അന്താരാഷ്ട്ര പുസ്തകോത്സവത്തിൽ വെച്ചാണ്.

പയ്യന്നൂർ, കുന്നരു വായനശാലയ്ക്കുവേണ്ടി ചില സാഹിത്യ സംവാദങ്ങളിൽ എനിക്ക് ഭാഗമാകുവാനുള്ള അവസരം ലഭിച്ചിരുന്നു. ആ കൂട്ടായ്മവഴിയാണ് കുന്നരു സ്വദേശിയായ അബുദാബിയിലുള്ള സരിത എന്ന വീട്ട്ജോലിക്കാരിയെക്കുറിച്ചറിയുകയും അവരുടെ എഴുതുവാനുള്ള കഴിവ് മനസിലാക്കുകയും ചെയ്യുന്നത്.

സരിതയുടെ രചനകളിൽ അവരുടെ ജീവിതാനുഭവങ്ങൾ തന്നെയാണ് കഥയായും, കവിതയായും പിറവികൊണ്ടിരിക്കുന്നത്. കോറിയിടുന്ന ഓരോ വരികൾക്കും കണ്ണീരിന്റെ ഉപ്പുരസമായിരുന്നു. അനുഭവങ്ങളുടെ തീച്ചൂളയിൽ ഉരുക്കിയെടുക്കുന്ന രചനകൾക്ക് ഏറെ പ്രതീക്ഷനൽകുന്നതാകും ഗന്ധവാഹിനി ഈ പുസ്തകം.

അമ്മമ്മയുടെ ഓർമ്മകളിലൂടെയാണ് പലപ്പോഴായും എഴുത്തിൽ ആശ്വാസം തേടുന്നതായ് തോന്നിയിട്ടുള്ളത്. അച്ഛന്റെ മദ്യപാനം തുടർന്ന് രോഗിയായുള്ള മരണം, ഭർത്താവിന്റെ ശരീരം ഒരുഭാഗം തളരുകയും ചെയ്തപ്പോൾ പിടികിട്ടാത്ത കയത്തിലേക്കാണ് സരിതയുടെ ജീവിതം

വീണുപോയത്. ചെറുപ്രായത്തിൽ തന്നെ കുടുംബഭാരം ഏറ്റെടുക്കേണ്ടിവരികയും ഭർത്താവിന്റെ ചികിത്സയടക്കമു ള്ള വലിയ ചിലവുകൾ കടബാധ്യതയായ് വരികയും ചെ യ്തപ്പോൾ കടൽ കടക്കുകയല്ലാതെ മറ്റ് മാർഗ്ഗങ്ങളൊന്നും സരിതയുടെ മുന്നിലില്ലായിരുന്നു.

നാല് വർഷം നാട്ടിൽപോകാതെ അബുദാബിയിൽ വീട്ടുജോലിചെയ്തു. പോയ വർഷങ്ങളിൽ ആശ്വാസമായ് കൂടെ നിന്നിരുന്നത് അക്ഷരങ്ങൾ മാത്രമായിരുന്നു. കഥക ളും കവിതകളും സരിതയ്ക്ക് ഉറക്കമില്ലാത്ത രാത്രികളിൽ കൂട്ടായ് എത്തി. പരമാവധി കടം വീട്ടിയെന്ന് കരുതി നാട്ടി ലേക്ക് യാത്രതിരിച്ചു. ഏതൊരു പ്രവാസിയേയുംപോലെ സരിതയും നാട്ടിലെത്തിയപ്പോഴാണറിയുന്നത് കൈ ശൂന്യ മാണെന്ന്. വീണ്ടും തിരികെ ഷാർജയിലേക്ക് വരുമ്പോൾ അതിന് കൈത്താങ്ങായ് നിൽക്കാൻ കഴിഞ്ഞതിൽ സന്തോ ഷമുണ്ട്.

സരിതയുടെ എഴുത്തുകൾ അവരുടെ ജീവിതം തന്നെ യാണ്. കൈരളി പുസ്തകമായി ഇറക്കുമെന്ന് മാനേജിംഗ് ഡയറക്ടർ ഒ. അശോക് കുമാർ പറഞ്ഞപ്പോൾ ഏറെ സ ന്തോഷം പകരുന്ന വാക്കുകളായിരുന്നു അത്. ഇനിയും അ നുഭവങ്ങൾ ഭാവനയുടെ ചിറകിലേറി എഴുത്തായ് സഹൃദ യലോകത്തിന് നൽകാൻ സരിതയ്ക്ക് കഴിയും.

മനോധൈര്യത്തിന്റെ മർമ്മരങ്ങൾ

സുകുമാരൻ പെരിയച്ചൂർ

തിരുക്കുറളിൽ പറയുന്നു, "ഉള്ളോർ മനോധൈര്യമുള്ളോർ, അതല്ലാതെയുള്ളോർ ഉടയവരാമോ". അതായത് ഉള്ളവർ അഥവാ സമ്പന്നർ എന്ന് ഉറപ്പായി പറയാവുന്ന ഒരു കൂട്ടരേ ഉള്ളൂ, മനോധൈര്യം ഉള്ളവർ. അതില്ലാത്തവർക്ക് മറ്റെന്തൊക്കെയുണ്ടായാലും ഒന്നുമില്ലാത്ത അവസ്ഥയാണ്.

മനോധൈര്യമാണ് ജീവിതവിജയത്തിന്റെ ആണിക്കല്ല്. ജീവിതാനുഭവങ്ങൾ എല്ലാം സന്തോഷപൂരിതമാകണമെന്നില്ല. ചിലർക്ക് എന്നും ദുഃഖഭരിതമായ അനുഭവങ്ങളാണ് ഉണ്ടാവുക. തുടരെത്തുടരെയുള്ള ദുഃഖാനുഭവങ്ങൾ മനസ്സിനെ വല്ലാതെ പിടിച്ചുലയ്ക്കും. തിരുവുള്ളവർ തിരുക്കുറളിൽ മനോധൈര്യത്തിന്റെ ഉത്കൃഷ്ടത വ്യക്തമാക്കുന്നത് നോക്കൂ. "ശ്രീത്വം വഴി ചോദിച്ചെത്തുന്നു, ചിത്തത്തിൽ ഊക്ക മുറ്റോന്റെയടുക്കൽ". മനോധൈര്യം ഉള്ളവന്റെയടുക്കൽ ഐശ്വര്യദേവത സ്വയം വഴി ചോദിച്ചറിഞ്ഞ് ചെന്നെത്തുന്നു.

സരിതപ്രമോദിന്റെ തീക്ഷ്ണവും ദുഃഖസാന്ദ്രവുമായ അനുഭവങ്ങൾ അവരെ മനോധൈര്യമുള്ളവരാക്കി മാറ്റിയിരിക്കുന്നു എന്നതിന്റെ ഉത്തരമാണ് 'ഗന്ധവാഹിനി' എന്ന അക്ഷരവൈഭവ സൃഷ്ടി. അക്ഷരങ്ങൾ ഐശ്വര്യദേവതയായി സരിതപ്രമോദിനെ അനുഗ്രഹിച്ചുകൊണ്ടിരിക്കുന്നു എന്നതിന് ഉത്തമദൃഷ്ടാന്തമാണ് 'ഗന്ധവാഹിനി'.

ജിദ്ദു കൃഷ്ണമൂർത്തി അറിഞ്ഞതിൽ നിന്നുള്ള മോചനം എന്ന പുസ്തകത്തിൽ പറയുന്നുണ്ട് "സുഖം കൊണ്ടാണ്

നാം അനുഭവത്തെ അളക്കുന്നത്. അനുഭവത്തെ വ്യാഖ്യാനിക്കുന്നതിൽ നിങ്ങൾ എത്രയേറെ സാമർത്ഥ്യം കാണിക്കുന്നുവോ അത്രയും കൂടുതൽ അത് പ്രതികരിക്കുന്നു." സരിതപ്രമോദ് തന്റെ അനുഭവത്തോട് ആത്മാർത്ഥമായി പ്രതികരിക്കുകയാണ് 'ഗന്ധവാഹിനി' എന്ന കൊച്ചുകൃതിയിലൂടെ ചെയ്യുന്നത്. എഴുത്തുകാരി തന്നെ പറയുന്നത് എന്നിലെ എന്നെ തിരയുകയാണ് ഞാൻ എന്നാണ്.

"നിനച്ചിരിക്കാതെ പെയ്യുന്ന മഴയും, പ്രതീക്ഷിക്കാതെ വരുന്ന അതിഥികളും ഒരുപോലെയാണ്. രണ്ടും നമ്മളെ അങ്കലാപ്പിലാക്കും." അങ്കലാപ്പിലായിപ്പോയ തന്റെ ജീവിതത്തെ മനോധൈര്യത്തിലൂടെ വീണ്ടെടുക്കുന്ന, ഐശ്വര്യ ദേവതയെ തന്റെ അക്ഷരമുത്തുകളാക്കി മാറ്റിയ അസാമാന്യ പ്രതിഭയായി സരിത പ്രമോദിനെ 'ഗന്ധവാഹിനി'യിലൂടെ നമുക്കു കണ്ടെത്താനാകുന്നു. അത്തറിന്റെ സുഗന്ധം പരത്തുന്നു ഗന്ധവാഹിനിയിലെ ഓരോ വരിയിലും. ദുബായിയിൽ നിന്നും വന്ന ചന്ദ്രേട്ടൻ സമ്മാനമായിത്തന്ന തുണിയുടെ മണം ഏറെ സുഗന്ധമുള്ളതായിരുന്നു.

സരിതപ്രമോദിന്റെ അടുത്ത നിരീക്ഷണം ഏറെ വിലപ്പെട്ടതാണ്. "ചിലരങ്ങനെയാണ്. വന്നുപോകുന്ന സമയം ചെറുതാണെങ്കിലും തന്നുപോകുന്ന സമ്മാനം അത് വിലമതിക്കാനാവാത്തതാണ്" എഴുത്തിനകത്ത് നല്ലതുമാത്രം കാണുന്ന തത്വചിന്താപരമായ തൂലികയാണ് സരിതപ്രമോദിന്റെ രചനയെ മഹത്തരമാക്കുന്നത്. സീത എന്ന കഥാപാത്രത്തിലൂടെ യഥാർത്ഥത്തിൽ സരിതയുടെ കഥ പറയുകയാണ് ഗന്ധവാഹിനിയിൽ എഴുത്തുകാരി. ദുഃഖത്തിന്റെ പ്രതീകമായ രാമായണത്തിലെ സീതയെ ഓർത്തുകൊണ്ടുതന്നെയാവാം ഗന്ധവാഹിനിയിലെ നായികയ്ക്ക് സീത എന്നു പേര് നൽകിയത്.

ഇതിഹാസനായിക സീതയെ സഹായിക്കാൻ വാത്മീകി ഉണ്ടായത് പോലെ ഗന്ധവാഹിനിയിലെ സീതയെ സഹായിക്കാൻ നാട്ടിലെ അനേകം പേർ വാത്മീകിയുടെ രൂപത്തിൽ വന്നത് നന്ദിയോടെ സരിതപ്രമോദ് കുറിച്ചിടുന്നു. "ആരോ ഒരു വഴി നമുക്കായി വെട്ടിവെച്ചിട്ടുണ്ട്. കല്ലും മുള്ളും നിറഞ്ഞ

വഴി. കല്ലിൽ തട്ടി വീണപ്പോഴും മുള്ളുതറച്ച് നൊന്തപ്പോഴും വിളിച്ച് കരഞ്ഞത് വഴിവെട്ടിയവനെ തന്നെയായിരുന്നു." കരൾ പിളരുന്ന വാക്കുകളാണ് സരിതപ്രമോദ് കോറിയിടുന്നത്. താനേറ്റവും ഇഷ്ടപ്പെട്ട അമ്മമ്മയുടെ മരണം തന്നിലുണ്ടാക്കിയ പ്രത്യാഘാതം ഉൾക്കിടിലത്തോടെയാണ് അനുവാചകനിലെത്തിക്കുന്നത്." വർഷങ്ങൾക്കുശേഷമുള്ള ഒരു ജൂൺമാസത്തിലെ മഴക്കാലത്താണ് മൂത്തമോളെ പ്രസവിക്കുന്നത്. അതുതന്നെയാണ് അമ്മമ്മ ഞങ്ങളെ വിട്ടുപോവുന്നത്. ആർത്തലച്ചു പെയ്യുന്ന മഴക്ക്മേൽ എന്റെ നിലവിളി ഇല്ലാതായി. ഒരു സന്തോഷത്തിനുമേൽ വലിയൊരു സങ്കടം." സരിത പ്രമോദിന്റെ ജീവിതാനുഭവം സർഗ്ഗവൈഭവമായി പരിണമിക്കുന്ന ഉജ്ജ്വലമുഹൂർത്തങ്ങൾ 'ഗന്ധവാഹിനിയിലൂടനീളം കാണാം.

തന്റെ ദുഃഖസാന്ദ്രമായ ജീവിതത്തെ ഗുണപരമായി ആഖ്യാനം ചെയ്യുകയാണ് സരിതപ്രമോദ്. ഗുരു നിത്യചൈതന്യയതി ഗുണമെന്ന വാക്കിനെ തന്റെ 'സ്വപ്നം' എന്ന ഗ്രന്ഥത്തിൽ ഇപ്രകാരം വ്യാഖ്യാനിക്കുന്നുണ്ട്. "ഗുണമെന്ന സംസ്കൃതവാക്കിന് മൂന്ന് അർത്ഥങ്ങളുണ്ട്. ഒന്നാമത്തേത് സവിശേഷത. രണ്ടാമത്തേത് പാശം അഥവാ തമ്മിൽ ചേർത്തുകെട്ടുന്നത്. മൂന്നാമത്തെ അർത്ഥം സാധാരണം അഥവാ അപൂർവ്വമല്ലാത്തത്." യതിയുടെ അർത്ഥവ്യാഖ്യാനത്തിലൂടെ സഞ്ചരിച്ചാൽ സരിത പ്രമോദിന്റെ 'ഗന്ധവാഹിനി'യിൽ ഈ മൂന്നു ഗുണങ്ങളും വായനക്കാരനിൽ സന്നിവേശിപ്പിക്കാൻ കഴിയുന്നു എന്നതാണ് ശ്രദ്ധേയം.

എഴുത്തിന്റെ സവിശേഷത, അനുഭവങ്ങളെ ചേർത്തുകെട്ടുന്നത്, സാധാരണരീതിയിലുള്ള രചനാവൈഭവം ഗന്ധവാഹിനിയെ ഉത്കൃഷ്ടമാക്കുന്നു. എന്നിലെ എന്നെ തിരയുന്ന ഞാൻ, ഗന്ധവാഹിനി, പ്രവാസം, ജീവിതത്തോണി, ഹിമം ഉരുകുമ്പോൾ, കലണ്ടർ എന്നിങ്ങനെ ആറ് അദ്ധ്യായങ്ങളിലായി 'ഗന്ധവാഹിനി' സുഗന്ധം പരത്തുന്നു.

ഹെരാക്ലിറ്റസിന്റെ 'ശകലങ്ങളിൽ' എന്ന പുസ്തകം ഓർത്തുപോകുന്നു. അതിൽ പറയുന്നുണ്ട്. "ഒരേ നദിയിൽ

രണ്ടുതവണ ഇറങ്ങാൻ നിങ്ങൾക്കാവില്ല. ഇല്ല, ഒരേ നദിയിൽ ഒരിക്കൽപ്പോലും ഇറങ്ങാൻ നിങ്ങൾക്കാവില്ല." ഹെരാക്ലിറ്റസ് പറഞ്ഞതുപോലെ ആവർത്തനങ്ങൾ ഉണ്ടാവാതിരിക്കട്ടെ. ദുഃഖസാന്ദ്രമായ അനുഭവങ്ങളുടെ ആവർത്തനം ആർക്കുമുണ്ടാവാതിരിക്കട്ടെ. ദുഃഖനദിയിൽ ഒരിക്കൽപ്പോലും ഇറങ്ങാതിരിക്കാനാണ് ഓരോ മനുഷ്യനും ആഗ്രഹിക്കുന്നത്. 'ഗന്ധവാഹിനി'യിലൂടെ സരിതപ്രമോദ് വരച്ചുകാട്ടുന്ന ജീവിതാനുഭവം വിൻസന്റ് വാൻഗോഗിന്റെ ജീവിതത്തെ അടിസ്ഥാനമാക്കി ഇർവിങ് സ്റ്റോൺ എഴുതിയ ലസ്റ്റ് ഫോർ ലൈഫ് (ജീവിതാസക്തി) എന്ന ആത്മീയ ഗ്രന്ഥത്തെപ്പോലെ തോന്നുന്നു. ആർക്കും അനുകരിക്കാൻ പറ്റാത്ത എഴുത്തായിരുന്നു ഇർവിങ് സ്റ്റോൺ 'ജീവിതാസക്തി'യിൽ എഴുതിയത്. സരിത പ്രമോദിന്റെ ഗന്ധവാഹിനി'യും അനുകരിക്കാൻ പറ്റാത്ത ഒരു എഴുത്തനുഭവം തന്നെയാണ്.

എന്നിലെ
എന്നെ തിരയുന്ന ഞാൻ

വറ്റിവരണ്ട് നിൽക്കുന്ന ഭൂമി. മഴ പെയ്ത് നനഞ്ഞു. നിനച്ചിരിക്കാതെ പെയ്യുന്ന മഴയും, പ്രതീക്ഷിക്കാതെ വരുന്ന അതിഥികളും ഒരുപോലെയാണ്. രണ്ടും നമ്മളെ അങ്കലാപ്പിലാക്കും. മദ്യപിച്ച് ഒച്ചയും ബഹളവും ഉണ്ടാക്കുന്ന അച്ഛനെ പേടിച്ച് വല്യമ്മയുടെ വീട്ടിലേക്ക് വന്നതാണ് ഞാൻ. ആ സമയത്താണ് അങ്ങനെയൊരു മഴ പെയ്തതും ഞാനൊന്ന് അസ്വസ്ഥയായതും.

മഴയെ എനിക്ക് വല്ല്യ ഇഷ്ടം തന്നെ ആയിരുന്നു. തുറന്നിട്ട ജനാല വഴി മഴവെള്ളം ഓടിലൂടെ ഊർന്ന് വീണും അത് ചിലപ്പോൾ തെന്നിച്ചിതറി വീഴുന്നതും പൊട്ടിയ ഓടിലൂടെ കിടപ്പുമുറിയിലേക്ക് ഇറ്റിറ്റു വീണ് എന്റെ ഉറക്കത്തെ എത്രയോ തവണ ഇല്ലാതാക്കിയിട്ടുണ്ടെങ്കിലും മഴ എനിക്ക് പ്രിയപ്പെട്ട കൂട്ടുകാരിയെപ്പോലെയായിരുന്നു.

ഒരിക്കൽ പൊട്ടിയ കുടയും പിടിച്ച്സ്കൂൾ വിട്ട് വരുമ്പോൾ കാറ്റടിച്ച് കമ്പി ദ്രവിച്ച ആ കുട എവിടെയോ പറന്നു പോയപ്പോൾ ആഞ്ഞു ദേഹത്ത് വീണ ആ മഴയിൽ എന്നെ ചേർത്ത് പിടിച്ച് കുടക്കീഴിലാക്കിയത് സിന്ധുവായിരുന്നു. എന്നെക്കാൾ ഒരു ക്ലാസിന് മുമ്പിൽ പഠിക്കുന്ന കൊലുന്നനെയുള്ള ദേഹപ്രകൃതിയുള്ള സിന്ധു. ആ കുടക്കീഴിൽ വിരിഞ്ഞത് ഒരിക്കലും പിരിയാൻ പറ്റാത്തവിധം അടുപ്പത്തിലായ ഒരു കൂട്ടായിരുന്നു.

'സങ്കടല്ലാത്ത ആളുണ്ടോ? ഓരോ ആൾടെ ജീവിതത്തിലും ഓരോ രീതീല് അത്ര തന്നെ!'

ഒരിക്കൽ എന്റെ സങ്കടങ്ങൾ ഞാൻ അവളുമായി പങ്ക് വച്ചപ്പോൾ എന്നെ അവളാശ്വസിപ്പിച്ചത് അങ്ങനെ പറഞ്ഞായിരുന്നു.

അതും പറഞ്ഞ് അവളുടെ വീട്ടിലേക്കുള്ള വഴിയിലേക്ക് തിരിഞ്ഞു നടന്നപ്പോൾ ഞാൻ ആലോചിച്ചത് എന്നും ചിരിച്ചുനടക്കുന്ന സിന്ധുവിന്റെ ഉള്ളിലും സങ്കടമോ? എങ്ങനെയാണ് അവളീ സങ്കടത്തെ ആരും കാണാതെ പൊതിയുന്നത്. എനിക്ക് എന്തുകൊണ്ട് അങ്ങനെ പറ്റുന്നില്ല. എന്റെ മുഖത്തേക്ക് നോക്കിയാൽ തന്നെ എന്നെ ഒരാൾക്ക് തിരിച്ചറിയാൻ പറ്റും.

'ചക്ക, ചക്കേ.. നല്ല വരിക്ക ചക്ക..'

ദൂരെ നടന്നെത്തിയ സിന്ധുവിനെയും നോക്കി നിൽക്കുന്ന എന്റെ പിന്നിൽ നിന്ന് ചക്ക വിൽക്കുന്ന ആളുടെ ശബ്ദം.

'എന്താ കുഞ്ഞി സ്കൂള് വിട്ടിട്ട് ബീട്ട് പോവാണ്ട് നിക്കന്ന്. ബേഗം പോ.. മയക്കാറ്ണ്ട്..'

ചക്ക തലച്ചുമടായി വിൽക്കുന്ന ഇക്ക പറഞ്ഞപ്പോ ഞാൻ ധൃതിയിൽ വീട്ടിലേക്ക് നടന്നു. ആ ന

ടത്തത്തിനിടയിൽ എനിക്ക് കാണാമായിരുന്നു, എന്റെ അച്ഛനെ....നിലത്തുറക്കാത്ത കാലുമായി വേച്ച്വേച്ച് ഇപ്പോ വീഴുമെന്ന മട്ടിൽ ആൾക്കാർക്കിടയിൽ പരിഹാസകഥാപാത്രമായി നടക്കുന്ന എന്റെ അച്ഛനെ.

ഗന്ധവാഹിനി

ചെങ്ങൽ ഒരു നാട്ടിൻപുറമാണ്. നന്മ നിറനിലാവ് പോലെ പരന്ന് കിടക്കുന്ന ഒരു ശുദ്ധ മായ നാട്ടിൻപുറം. നാനാജാതി മതസ്ഥരും ഒത്തൊ രുമയോടെ കഴിയുന്ന ഗ്രാമം. ക്ലാസിൽ അത്തറ് മണക്കുന്ന കുപ്പായമിട്ട് ചില കുട്ടികൾ വന്നപ്പോൾ എനിക്കും അത് പോലെ ഒരു കുപ്പായം കിട്ടിയെ ങ്കിലെന്ന് ആഗ്രഹിച്ചു. എന്നാലത് ഒരിക്കലും നട ക്കാത്ത ആഗ്രഹങ്ങളുടെ പെട്ടിയിൽ പൂട്ടി താക്കോൽ മനസ്സിന്റെ മണിച്ചെപ്പിൽ എവിടെയോ സൂക്ഷിച്ച് ഞാനിരുന്ന നാളിൽ അച്ഛമ്മയാണ് എന്നോട് പറഞ്ഞത് ചന്ദ്രേട്ടൻ എന്നെ അന്വേഷിച്ച കാര്യം. ചന്ദ്രേട്ടൻ ദുബായീന്ന് വന്ന കാര്യം ഞാന റിഞ്ഞിരുന്നു! അച്ഛമ്മ അത് പറഞ്ഞ ഉടനെ ഞാൻ അച്ഛമ്മയെയും കൂട്ടി അങ്ങോട്ട് തിരിച്ചു.. ഞങ്ങളെ കണ്ടപ്പോൾ വളരെ സന്തോഷത്തോടെ സ്വീകരിച്ച് കുശലാന്വേഷണത്തിനൊടുവിൽ അദ്ദേഹം എനിക്ക്നേരെ പഴയ പത്രത്തിൽ പൊതിഞ്ഞു നീട്ടി

യത് ഞാൻ ഒരിക്കലും നടക്കില്ലെന്ന് കണ്ട വർണ്ണ ങ്ങൾ ചാലിച്ച ഒരു ഫോറിൻ തുണിയായിരുന്നു. ഏഴാം വയസ്സിൽ കിട്ടിയ ആ തുണിക്ക് ഏഴ് വർണ്ണ ങ്ങളായിരുന്നു. അതുവരെ കീറിയതും, പിന്ന് വിട്ട തുമായ ഉടുപ്പണിഞ്ഞ് സ്കൂളിൽ പോയ എനിക്ക് അത് കിട്ടിയപ്പോൾ പറഞ്ഞറിയിക്കാൻ പറ്റാത്ത ആഹ്ളാദമായിരുന്നു. എന്നാൽ അതും വാങ്ങി വീട്ടി ലേക്ക് നടക്കുമ്പോൾ ആ സന്തോഷത്തിന്റെ ആയുസ്സ് കുറയുന്നത് ഞാനറിഞ്ഞു. ഈ തുണി യുടെ അടിവ് കൂലി അതെവിടുന്ന് കിട്ടും.

റെയിൽവെ സ്റ്റേഷനിലെ പോർട്ടറായിരുന്ന അച്ഛന് അതുവഴി നല്ല വരുമാനം കിട്ടിയിരുന്നെ ങ്കിലും അതൊന്നും വീട്ടിലെത്തിയിരുന്നില്ല. അതൊക്കെ ലഹരി നുരയുന്ന ഇടങ്ങളിലെ പെട്ടി യിലേക്കാണ് പോയത്. അതുകൊണ്ട് അച്ഛനോട് ചോദിച്ചിട്ട് കാര്യമില്ല. പിന്നെ എങ്ങനെ ഈ ഉടു പ്പടിച്ചിടും.

'നീയെന്താ ഉണ്ടേ ആലോചിച്ച് നിക്കുന്ന്!'

അമ്പലക്കുളത്തിലെ പടവിലിരുന്ന് ദൂരെ ദൂരെ എവിടെയോ മിഴികൾ പാകിയിരിക്കുന്ന എന്റെ അടു ക്കൽ വന്നിരുന്ന് സംഗീത ചോദിച്ചപ്പോഴാണ് എനിക്ക് സ്ഥലകാലബോധം വന്നതും, ഞാനൊന്ന് പുഞ്ചിരിക്കാൻ ശ്രമിച്ചതും. എന്റെ കണ്ണുകൾ നിറ ഞ്ഞത് കണ്ടാവാം അവൾ കാര്യം തിരക്കി. ഞാൻ ചന്ദ്രേട്ടൻ തന്ന ഉടുപ്പിന്റെ തുണി അവളെ കാണി ച്ചു

'ഹാ നല്ല തുണിയാണല്ലോ? നല്ല മണംണ്ട്.'

അവളാ തുണി തിരിച്ചും മറിച്ചും മണത്തു നോക്കി. നിവർത്തിയ തുണി മടക്കിത്തരാൻനേരം പറഞ്ഞു. അത്കേട്ട് ഞാൻ സങ്കടത്തോടെ പറഞ്ഞു.

തുണി കിട്ടിയത് കൊണ്ട് കാര്യമില്ല. ഇത് ഉടു

പ്പായി കാണാൻ ഞാൻ ആരുടെയൊക്കെ കാല് പിടിക്കേണ്ടി വരും.

അതുകേട്ട് അലിവോടെ എന്റെ തലയിൽ മൃദുവായി തലോടിക്കൊണ്ടവൾ പറഞ്ഞു.

'അതൊക്കെ നടക്കും, നീ എണീക്ക് പോവാ. ലേഖ നമ്മളെ കാത്ത് നിൽക്കുന്നുണ്ടാവും.'

സംഗീത എഴുന്നേറ്റശേഷം എന്റെ കൈയ്യും പിടിച്ച് വലിച്ചോണ്ട് തിരക്ക് കൂട്ടി. ഞാൻ എണീക്കാൻ ഒന്ന് മടിച്ചു. ഈ അമ്പലക്കുളത്തിലിരിക്കുമ്പോൾ എന്തോ പറഞ്ഞറിയിക്കാൻ പറ്റാത്ത ആശ്വാസം.

വീണ്ടും സംഗീത എന്നെ എണീക്കാനായി നിർബന്ധിച്ചപ്പോൾ മനസ്സില്ലാ മനസ്സോടെ എഴുന്നേറ്റ എന്റെ കൈയ്യിൽ നിന്ന് ചന്ദ്രേട്ടൻ തന്ന തുണി കുളത്തിലേക്ക് വീണു. ചാടിയിറങ്ങി ഞാനാ തുണിയെടുത്തു. തുണി പൊതിഞ്ഞ പത്രവും തുണിയും നനഞ്ഞു കുതിർന്നു. നനഞ്ഞ തുണി പിഴിഞ്ഞ് കുളക്കടവിൽ തന്നെ ഉണങ്ങാനായി വിരിച്ചിട്ട് ഞാനും, സംഗീതയും അതിന് കാവലിരുന്നു. താൻ നിമിത്തമാണ് അതൊക്കെ സംഭവിച്ചതെന്ന തോന്നലുകൊണ്ടാവാം അവൾക്ക് വല്ലാത്ത വിഷമം പോലെ. അതുകണ്ട ഞാനും വല്ലാതായി.

'പോട്ടെ സാരമില്ല' എന്ന് പറഞ്ഞ് ഞാൻ അവളെ സമാധാനിപ്പിച്ചെങ്കിലും എന്തോ വലിയ തെറ്റ് ചെയ്തത് പോലെ അവൾ തല താഴ്ത്തി. തലക്ക് മീതെ കത്തുന്ന ചൂട് വകവയ്ക്കാതെ ഉണങ്ങുന്നത് നോക്കി ഞാനും സംഗീതയുമിരുന്നു. ഒടുവിൽ നനഞ്ഞ തുണിയിലെ ഈർപ്പം വറ്റി അത് പഴയത് പോലെ ആയപ്പോൾ ആ തുണി എടുത്ത ഞാൻ ആദ്യം നോക്കിയത് അതിന് പഴയ മണ

മുണ്ടോ എന്നായിരുന്നു. എന്തോ ഞാൻ ആശങ്ക പെട്ടതുപോലെ സംഭവിച്ചില്ല. അതിന് നേരത്തെ ഉണ്ടായതിനേക്കാൾ മണമുണ്ടായിരുന്നു. ഒന്ന് നനഞ്ഞ് കുതിർന്ന് പോകാൻ പാകത്തിലുള്ള ഗനധമായിരുന്നില്ല ആ തുണിക്ക് അത് സ്നേഹ ത്താൽ കുടഞ്ഞ മണമുള്ള തുണിയായിരുന്നു. ചിലരങ്ങനെയാണ്. വന്ന് പോകുന്ന സമയം ചെറു താണെങ്കിലും തന്ന് പോകുന്ന സമ്മാനം അത് വില മതിക്കാനാവാത്തതാണ്.

വിധിയെ പൊരുതണം.

'അമ്മേ ഞാൻ പൂവിടാൻ പൂപറിക്കാൻ പോയിട്ട് വരാം. അനിയനേയും കൂട്ടുന്നുണ്ട് കേട്ടോ. അവനെ ഞാൻ ശ്രദ്ധിച്ചോളാം.' അവൾ സീത. ഓണത്തിന് പൂവിട്ടും വിഷുവിന് പൂത്തിരി കത്തിച്ചും അവൾ കളിച്ചു നടന്നു. അച്ഛനോടും അമ്മയോടും കൊഞ്ചിയും അനിയനെ താലോലിച്ചും അവൾ കളിച്ചു നടന്നു.

സീതയും, അനിയനും, അമ്മയും, അച്ഛനും. ഒരു കൊച്ചു കുടുംബം. ചെറിയ വീട്. അന്നന്നു പണിക്ക് പോയി കിട്ടുന്ന വരുമാനം കൊണ്ട് ജീവി ക്കുന്നവർ. പക്ഷെ ഒരു വേദന മാത്രം. ഇടക്ക് അച്ഛൻ കുടിച്ചു വരും. അന്ന് അമ്മയെ പൊതിരെ തല്ലും. അന്ന് അത്താഴം കഴിക്കാതെ എല്ലാവരും ഉറങ്ങും. അമ്മ കഴിക്കാതെ നമ്മൾ മക്കളും കഴി ക്കില്ല. പിറ്റേന്ന് ആയാൽ എല്ലാം മറന്ന് അച്ഛനോട് കൊഞ്ചിയും കളിച്ചും ദിവസങ്ങൾ പോയി. സ്കുളിൽ നന്നായി പഠിക്കുമായിരുന്നു. പഠിപ്പിച്ച എല്ലാവർക്കും ഇഷ്ടവും വാത്സല്യവും ആയിരുന്നു സീതയോട്. എല്ലാത്തിലും മിടുക്കി.

ബാലസംഘത്തിനും സ്കൂളിലെ പരിപാടി യിലും മിടുക്കി. പത്താം ക്ലാസ് കഴിഞ്ഞപ്പോൾ

ഒരു കല്യാണ ആലോചന.. മിലിറ്ററിക്കാരൻ. എല്ലാവർക്കും ഇഷ്ടായി. ആ കൊച്ചുപ്രായത്തിൽ അമ്മയുടെ വാക്ക് കേട്ട് കല്ല്യാണത്തിന് സമ്മതിച്ചു. ബാധ്യത ഒഴിയുന്ന പോലെ ആയിരുന്നു വീട്ടുകാർക്ക്. പിന്നെ അവളുടെ കാര്യം ചിന്തിക്കണ്ടല്ലോ.

ഇഷ്ടം അല്ലാതെയും സമ്മതം മൂളി. നിശ്ചയം കഴിഞ്ഞു. ഉറപ്പിച്ചശേഷം ആണ് പെണ്ണിന്റെ അച്ഛൻ കുടിയൻ ആണെന്ന് ചെക്കന്റെ വീട്ടുകാർ അിറഞ്ഞത്. അതോടെ കല്ല്യാണം മുടങ്ങി. ഉള്ളിൽ ഒരുപാട് സന്തോഷം തോന്നി. മുടങ്ങിയ പഠിപ്പ് പിന്നേയും തുടരാൻ സാമ്പത്തികം അനുവദിച്ചില്ല. ആധാരം എഴുത്ത് പഠിക്കാൻ പോയി. പഠിച്ച് ലൈസൻസ് എടുത്തു. പിന്നെ അതായി സീതയുടെ ജീവിതവും സന്തോഷവും. വല്ല്യ ബുദ്ധിമുട്ടില്ലാതെ മുന്നോട്ട് പോരുന്നതിനിടയിലാണ് മഹേഷിന്റെ ആലോചന വരുന്നത്. അനിയൻ അപ്പോൾ ചെറിയ ക്ളാസിൽ ആയിരുന്നു.

അവർ മൂന്ന് മക്കൾ. മൂത്തത് മഹേഷ്. ബസിൽ ഡ്രൈവർ ആയിരുന്നു. വേറെ ഒന്നും നോക്കാതെ അവളെ കെട്ടിച്ച് അയച്ചു. ഒന്നും അറിയാത്ത പ്രായത്തിൽ കല്ല്യാണം കഴിഞ്ഞ് വേറെ ഒരു വീട്ടിൽ പോയതിന്റെ എല്ലാ വിഷമങ്ങളും അവൾക്കും ഉണ്ടായി. ആ സ്ഥലത്ത് വെള്ളത്തിനു പോലും ബുദ്ധിമുട്ട് ആയിരുന്നു. അച്ഛനും അമ്മയും പ്രായമായവർ ആയിരുന്നു. മൂത്ത മോന്റെ ഭാര്യ എന്ന സ്ഥാനം സീതയെ പിടിച്ചു ഉലച്ചു. എല്ലാ ഭാരവും അവളുടെ തലയിൽ ആയ പോലെ തോന്നി സീതയ്ക്ക്. ദൂരെ പോയി വെള്ളം എടുത്തു കൊണ്ടുവന്നു. കുളിക്കാനും നനക്കാനും എല്ലാത്തിനും. സന്ധ്യ ആയാൽ ക്ഷീണം കാരണം

എവിടേലും കിടക്കാൻ പോലും പറ്റില്ല. പ്രായമായ അച്ഛനും അമ്മയ്ക്കും ഇഷ്ടം ആയില്ലെങ്കിലോ എന്നു കരുതി. പക്ഷെ അതിലും അവൾ സന്തോഷം കണ്ടെത്തി.

എന്നാലും കുടുംബജിവിതം സീത ഇഷ്ടപ്പെട്ടു തുടങ്ങി. നല്ല സ്നേഹം ആയിരുന്നു മഹേഷിനും വീട്ടുകാർക്കും.. അതുപോലെ അയൽപക്കത്ത് ഉള്ള എല്ലാവർക്കും. അത്രയും നല്ല പെരുമാറ്റം ആയിരുന്നു സീതയ്ക്ക്. മഹേഷിന്റെ കൂടെ ആയിരുന്നു അവൾ ആദ്യമായി സിനിമ കാണാൻ തീയേറ്ററിൽ പോയത്. അതുവരെ അവളുടെ വീടിന് ചുറ്റുവട്ടം അല്ലാതെ അവൾ വേറെ എവിടെയും പോയിരുന്നില്ല.

പിന്നെ ഒരു വിഷമം ഉള്ളത് മഹേഷിന്റെ ഒരു അനിയനെ ഓർത്ത് ആയിരുന്നു. നടക്കാൻ പറ്റാത്ത ഒരു ആളായിരുന്നു മഹേഷിന്റെ ഒരു അനിയൻ. അവനെ കാണുമ്പോൾ ഉള്ളിൽ ഒരു നീറ്റൽ ആയിരുന്നു. നല്ല ഒരു ഏടത്തി ആയി അവൾ അവനെ നോക്കി.

കല്ല്യാണം കഴിഞ്ഞ കൊല്ലം തന്നെ വിശേഷം ആയി. വീട്ടിലെ പണിയും വെള്ളം കൊണ്ട് വരലും ഒക്കെ ആയി അവൾ നന്നേ ക്ഷീണിച്ചു. ഇടക്ക് വീട്ടിൽ പോയി നിൽക്കും. തിരിച്ചുവരുമ്പോൾ അച്ഛനും അമ്മയ്ക്കും അനിയനും സങ്കടം ആകും. പക്ഷെ എന്ത് ചെയ്യാൻ പറ്റും പോകാതിരിക്കാൻ ആവില്ലല്ലോ.

കുറച്ച് മാസങ്ങൾക്ക് ശേഷം സീതയ്ക്കും മഹേഷിനും ഒരു പെൺകുഞ്ഞു പിറന്നു. ആതിര എന്ന് പേര് വിളിച്ചു. അതിനും അവൾ തന്നെ പൈസ കണ്ടെത്തേണ്ടി വന്നു. അതിനായി അവൾ ചെറിയ ജോലിക്ക് പോയി തുടങ്ങി.

രണ്ടാമത്തെ കുട്ടിയും ആയി. അതും പെൺകുഞ്ഞായിരുന്നു. അക്ഷയ. പഠിച്ചും കളിച്ചും അവർ രണ്ടു പേരും വളർന്നു. പഠിക്കാൻ മിടുക്കരായിരുന്നു രണ്ടാളും. അമ്മയെ പോലെ തന്നെ നല്ല സ്വഭാവം.

ഒരു ദിവസം പെട്ടെന്ന് ആയിരുന്നു അത് സംഭവിച്ചത്. മഹേഷ് ഒരു ഭാഗം തളർന്നു ഹോസ്പിറ്റലിൽ ആണ് എന്ന് അടുത്ത വീട്ടിലെ ഏച്ചി വന്നു പറഞ്ഞു. അത് കേട്ടതും സീത ഒരു മരപ്പാവയെ പോലെ ഇരുന്നുപോയി. എന്ത്ചെയ്യണം എന്നോ ആരെ വിളിക്കണം എന്നോ അവൾക്ക് അറിയാതെ ആയി. മക്കളെ വീട്ടിൽ ആക്കി അവൾ ഹോസ്പറ്റലിലേക്ക് ഓടി.

അവിടെ ബസ്സിലെ പണിക്കാർ എല്ലാവരും ഉണ്ടായിരുന്നു. നല്ലവരായ നാട്ടുകാരുടെ സഹായം കിട്ടിയിരുന്നു ആ സമയം.

പക്ഷാഘാതം ആയിരുന്നു. എന്തു ചെയ്യണം എന്നറിയാതെ അവൾ ഐസിയു റൂമിന്റെ അടുത്തു നിന്നു. മഹേഷിന്റെ അനിയനും വന്നു. അത് അവൾക്ക് ഒരാശ്വാസമായി.

ഇനി മഹേഷിന് ഇപ്പോഴെ എഴുന്നേൽക്കാൻ ആവില്ല എന്ന സത്യം ഡോക്ടേർസ് അവരെ അറിയിച്ചു. നാട്ടുകാരുടെ സഹായം കൊണ്ട് കുറെ ചികിൽസിച്ചു. ജീവിക്കാൻ മാർഗ്ഗം ഇല്ലാതെ ആയപ്പോൾ അവൾ അവിടെ ഉള്ള സ്കൂൾ ബസ്സിലെ ക്ലീനർ ജോലി ഏറ്റെടുത്തു. തുച്ഛമായ ശമ്പളം കൊണ്ട് നിത്യവൃത്തി പോലും നടന്നില്ല. ഇടക്ക് മഹേഷിന്റെ ചികിൽസയും. എല്ലാംകൊണ്ടും അവൾക്ക് എന്തു ചെയ്യണം എന്ന് അറിയാതെയായി. മക്കളെ നോക്കാൻ പറ്റുന്നില്ല. അവർക്ക് വിശപ്പ് മാറാൻ മാത്രം ഉള്ള ഭക്ഷണം

പോലും കൊടുക്കാൻ പറ്റാതെ വിഷമിച്ചു.

എത്ര നാൾ നാട്ടുകാരുടെ സഹായം കൊണ്ട് ജിവിക്കും എന്ന് ചിന്തിച്ച് അവൾ കണ്ണീർ വാർത്തു. ബസ്സിലെ പണിയുടെ ഇടയ്ക്ക് കിട്ടുന്ന സമയത്ത് ലോട്ടറി വിറ്റും, ലൈബ്രറിയിൽ ലൈബ്രേറിയൻ ആയും ജോലി ചെയ്ത് ജീവിതം മുന്നോട്ട് തള്ളിനീക്കി.

വിളിക്കാത്ത ദൈവങ്ങൾ ഇല്ല. നേരാത്ത നേർച്ച ഇല്ല.

അങ്ങനെ മഹേഷ് ഇപ്പോഴും വീട്ടിൽ ഒരു ഭാഗം തളർന്നു കിടപ്പിലാണ്. ചികിത്സയ്ക്കായി പല രോടും കടം വാങ്ങിയും ലോൺ എടുത്തും അവൾ ചികിത്സിച്ചു.

കുറേനാളത്തെ ചികിത്സയ്ക്ക് ശേഷം പതിയെ മഹേഷ് എണീറ്റു വടി കുത്തി നടക്കാൻ തുടങ്ങി.

അത് അവൾക്ക് വലിയ ആശ്വാസമായി. കുളി ക്കാനും അവനവന്റെ കാര്യം നോക്കാനും പറ്റുന്നു ണ്ടല്ലോ എന്നോർത്ത് അവൾ സമാധാനിച്ചു. എന്നാലും വലിയ കടം ഉള്ളത് മാനസികമായി അവളെ ഉലച്ചു.

അങ്ങനെയാണ് ഗൾഫിൽ ഡാൻസ് ടീച്ചറായി ജോലി ചെയ്യുന്ന മഹേഷിന്റെ ഒരു അനിയത്തി നാട്ടിലേക്ക് വന്നത്. ഇവിടെ ഉള്ള ഈ ജോലി കൊണ്ട് ഏട്ടത്തിക്ക് ജീവിതം കൂട്ടി മുട്ടിക്കാനോ കടം വീട്ടാനോ പറ്റില്ല. അതുകൊണ്ട് ഗൾഫിൽ മഞ്ജുവിന് അറിയുന്ന ഒരു വീട്ടിൽ കുട്ടികളെ നോക്കാൻ ആളെ വേണ്ടതായി അറിയിച്ചു. 'ഏട്ട ത്തിക്ക് സമ്മതം ആണേൽ നല്ലൊരു തുക ശമ്പളം ആയി കിട്ടും' എന്നും പറഞ്ഞു. ആലോചിക്കാൻ പറഞ്ഞു മഞ്ജു തിരികെ പോയി.

രണ്ടു പെൺകുട്ടികളെ നാട്ടിൽ ആക്കി പോകു

വാൻ മനസ്സു വരുന്നില്ല. എങ്കിലും നാട്ടിലെ കാര്യം ഓർത്തു അവൾ എല്ലാവരോടും സമ്മതം വാങ്ങി ഗൾഫിലേക്ക് പോയി. മക്കൾ സ്വന്തം കാര്യം നോക്കാനും അച്ഛനെയും ആപ്പനെയും നോക്കാനും പക്വത വന്നവർ ആയിരുന്നു. രാവിലെ എണീറ്റ് ഭക്ഷണം ഒരുക്കിവെച്ച് അവർ സ്കൂളിലേക്കും കോളേജിലേക്കും പോയി. അനുഭവിച്ചു വളർന്ന ചുറ്റുപാടും കഷ്ടപ്പാടുകൾ നിറഞ്ഞ ബാല്യവും കൗമാരവും ആ കുട്ടികളെ അതിന് പ്രാപ്തർ ആക്കിയിരുന്നു.

അച്ഛനും, അച്ഛാച്ഛനും, അമ്മമ്മയ്ക്കും, ആപ്പനും വേണ്ടതൊക്കെയും ചെയ്തു വച്ച് പഠിക്കാൻ പോവും. നന്നായി പഠിക്കും രണ്ടു പേരും.

ഗൾഫിൽ എത്തിയ സീതയ്ക്ക് എല്ലാം ഒരു പുതിയ അനുഭവം ആയിരുന്നു. നല്ല സ്നേഹമുള്ള ഭാര്യയും ഭർത്താവും ആയിരുന്നു ആ വീട്ടിൽ. എന്താണ് ജീവിതം എന്ന് അവൾ കൗതുകത്തോടെ നോക്കി. അവർ സീതയെ വീട്ടിലെ ഒരംഗത്തെ പോലെ കണ്ടു സ്നേഹിച്ചു. അവരുടെ മക്കളെ സീത സ്വന്തം മക്കളെപ്പോലെ താലോലിച്ചു.

നാട്ടിലെ കടബാധ്യത കുറച്ചു കുറച്ചു തീർത്തു. മക്കളെ ഓർത്തു കരയാത്ത ഒരു ദിവസം പോലും സീതയ്ക്കുണ്ടായിരുന്നില്ല. ആ വീട്ടുകാർ നല്ലതു പറഞ്ഞു കൊടുത്തും ഉപദേശിച്ചും സീതയെ നല്ലൊരു ബോൾഡ് ആയ സ്ത്രീ ആക്കി മാറ്റിയിരുന്നു.

ഇപ്പോൾ മകൾ ആതിര ഡിഗ്രി ഫസ്റ്റ് ഇയർ പഠിക്കുന്നു. ഒരു ജോലി ആവാതെ കല്ല്യാണം വേണ്ട എന്ന തിരുമാനമാണ് ആതിരക്കും സീതയ്ക്കും. എന്റെ അനുഭവം മക്കൾക്ക് വരരുതെന്ന് സീത ചിന്തിച്ചു.

മഹേഷ് മെല്ലെ മെല്ലെ നടക്കാൻ തുടങ്ങി. പക്ഷേ ജോലിക്ക് പോവാൻ ആവില്ല. വീട് ചെറുതായി പുതുക്കി പണിതു. ചെറിയ സൗകര്യങ്ങളൊക്കെ ആക്കി. കടം തീർത്തു. തിരിച്ചു വന്നു നാട്ടിൽ ചെറിയ ജോലി നോക്കണം എന്ന ചിന്തയിലാണി പ്പോൾ സീത. പെൺമക്കൾക്ക് അമ്മ ഉള്ളതു പോലെ ആവില്ലല്ലോ ആരുണ്ടായാലും. കണ്ണാടി യിൽ അവൾ അവളെ നോക്കി. കാലം അവളെ മാറ്റി യിരിക്കുന്നു. കറുത്ത തലമുടിയിൽ വെള്ളി നര വരാൻ തുടങ്ങിയിരിക്കുന്നു.

നല്ലവരായ നാട്ടുകാരോടും ഗൾഫിലെ ആ ഫാമി ലിയോടും സീത മനസ്സുകൊണ്ട് എപ്പോഴും കട പ്പെട്ടിരിക്കുന്നു. പല വിഷമങ്ങൾ വന്നാലും തളർന്നു പോവരുത് എന്ന് മാത്രമേ സീതയുടെ ജീവിതം കൊണ്ട് നമ്മൾക്ക് മനസ്സിലാക്കു വാനുള്ളൂ. ജീവിതം നല്ലതു പോലെ ജീവിക്കുക.

നാട്ടിലേക്ക് പോകുന്നതും മക്കളുടെ വിദ്യാ ഭ്യാസവും നല്ലൊരു ഭാവിയും സ്വപ്നം കണ്ട് സീത ഉറങ്ങാൻ കിടന്നു.

പ്രവാസം

അസഹ്യമായ പൊടിക്കാറ്റടിച്ചപ്പോൾ ചെറുതിലേ ഉണ്ടായിരുന്ന ആസ്ത്മ അതിന്റെ എല്ലാ ഭയാനകതയും പുറത്തെടുത്ത് സീതയെ തെല്ലൊന്നുമല്ല ബുദ്ധിമുട്ടിച്ചത്. എങ്കിലുമവൾ മടക്കയാത്രയ്ക്ക് ദിവസങ്ങൾ ഉണ്ടെങ്കിലും ഇപ്പോഴേ എല്ലാം ഒരുക്കിവച്ചു കൊണ്ടിരുന്നു. എല്ലാം ഒതുക്കി പെട്ടിപൂട്ടാൻ നേരം പെട്ടെന്ന് എന്തോ ഓർത്തെന്ന പോലെ സീത ഒരു നിമിഷം നിന്നു. പിന്നെ വളരെ വേഗതയിൽ പുറത്തിറങ്ങി അടുത്തുള്ള സൂപ്പർമാർക്കറ്റ് ലക്ഷ്യമാക്കി നടന്നു. തന്റെ തിടുക്കപ്പെട്ടുള്ള നടത്തം കണ്ട് സായാഹ്നസവാരിയും കഴിഞ്ഞു നടന്ന് വരുന്ന തലശ്ശേരിക്കാരൻ അബ്ദുക്ക പുഞ്ചിരിയോടെ ചോദിച്ചു.

'അന്റെ പെട്ടി എനീം നെറഞ്ഞില്ലേ?'

സ്നേഹസമ്പന്നനായ ഇക്കാടെ ആ ചോദ്യത്തിന് മുന്നിൽ ഉത്തരം പറയാതെ അവൾ ശില പോലെ നിന്നു. പതിവില്ലാത്ത ആ മൗനം കണ്ട്

ജിജ്ഞാസയോടെ അബ്ദുക്ക ചോദിച്ചു.

'യാത്രക്ക് വല്ല എടങ്ങേറ്ണ്ടാ?'

'ഇല്ലക്കാ. ഒരു സാധനം വാങ്ങാൻ മറന്നു.'

യാന്ത്രികമെന്നോണം സീത പറഞ്ഞപ്പോൾ അബ്ദുക്ക ഒന്ന് നെടുവീർപ്പിട്ടു. പിന്നെ മുകളിലേക്ക് തലയുയർത്തി എന്തോ പ്രാർത്ഥിച്ചു. സീത ആ മനുഷ്യനെ തന്നെ നോക്കി. എന്ത് സാധുവാണാ മനുഷ്യൻ. ജീവിതത്തിൽ എല്ലാവർക്കും നല്ലത് വരണമെന്നക്ക ആഗ്രഹിക്കുന്ന ഒരാൾ. അവളും വെറുതെ മുകളിലേക്ക് നോക്കി. എവിടെയാണ് ആ അദൃശ്യശക്തി ഇരിക്കുന്നത്. ഒരുപാട് തവണ മനമുരുകി പ്രാർത്ഥിച്ചിട്ടും ഒരിക്കൽ പോലും ദൃഷ്ടി തിരിക്കാത്ത ആ ശക്തി വെറുമൊരു കെട്ടുകഥയിലെ കഥാപാത്രം മാത്രമാണോ. ഏയ് അങ്ങനൊന്നും ചിന്തിച്ചു കൂടാ. പെട്ടെന്ന് തന്നെ അവൾ തന്നിലേക്ക് അടുത്തു കൊണ്ടിരിക്കുന്ന അവിശ്വാസിയെ തിരുത്തി. ഇല്ല, പ്രതീക്ഷയാണ് ജീവിതയാത്രയ്ക്ക് വേണ്ടി കരുതേണ്ട പ്രാർത്ഥന. നല്ലത് ചിന്തിച്ചാൽ ഒരു നാൾ ആ നല്ലത് നമ്മളെ തേടി വരിക തന്നെ ചെയ്യും. വീട്ടിൽ നിന്ന് ഒരു പത്ത് കിലോമീറ്റർ ദൂരം സഞ്ചരിച്ചിട്ടില്ലാത്ത താനിപ്പോ എത്ര അകലെയാണ്. എല്ലാം യാദൃച്ഛികമായി സംഭവിച്ചതാണെന്ന് പറയാമെങ്കിലും ഒന്നും യാദൃച്ഛികതയല്ല. ആരോ ഒരു വഴി നമുക്കായി വെട്ടി വച്ചിട്ടുണ്ട്. കല്ലും മുള്ളും നിറഞ്ഞ വഴി.. കല്ലിൽ തട്ടി വീണപ്പോഴും മുള്ള് തറച്ച് നൊന്തപ്പോഴും വിളിച്ച് കരഞ്ഞത് വഴി വെട്ടിയവനെ തന്നെയായിരുന്നു.

'കിനാവ് കാണാണ്ട് ബേഗം പൊയ് സാധനം വാങ്ങ് പുള്ളേ.'

പരിസരം തന്നെ മറന്ന് ചിന്തയിലാണ്ട സീതയെ അബ്ദുക്ക ഓർമ്മപ്പെടുത്തി. സീത ഒന്ന് ഞെട്ടി

ജാള്യതയോടെ നടന്നു. ഇടയ്ക്കവൾ തിരിഞ്ഞു നോക്കി. അബ്ദുക്കയുടെ പൊടിപോലും അവിടെ ഉണ്ടായിരുന്നില്ല.

'അപ്പോ പ്രവാസം അവസാനിക്കുന്നു. അല്ലേ?'

വാങ്ങിയ സാധനം പാക്ക് ചെയ്തു തരുന്നതിനിടയിൽ തന്റെ കൂട്ടുകാരൻ കൂടിയായ സെയിൽസ്മാൻ ചോദിച്ചത് കേട്ട് അവളൊന്ന് പുഞ്ചിരിച്ചു. പിന്നെ പതിയെ അവനോട് പറഞ്ഞു. 'പ്രവാസമല്ലെടാ.. പ്രയാസം.'

അത്കേട്ട് നല്ല തമാശയെന്ന് പറഞ്ഞവൻ ചിരിച്ചു. പക്ഷെ സീതയ്ക്ക് ചിരി വന്നില്ല. താൻ പറഞ്ഞത് തമാശയല്ല ജീവിത യാഥാർത്ഥ്യമാണ്. ദിവസങ്ങളും, മാസങ്ങളും വർഷങ്ങളും കുത്തിയൊലിച്ച് വരുന്ന മഴവെള്ളപ്പാച്ചില് പോലെ ഭയപ്പെടുത്തി വന്നപ്പോഴും പിടിച്ച് നിന്നത് ജന്മനാ ധൈര്യവതിയായത് കൊണ്ടൊന്നുമല്ല. കാലത്തിന്റെ നിയോഗത്തിൽ ഇങ്ങനെയും ഒരധ്യായം ഉണ്ടായിരിക്കാം. എനിക്ക് മാത്രമായി വായിക്കാൻ മാറ്റി വച്ച ഒരധ്യായം.

*** ***

ഇവിടെ മഞ്ഞ് പെയ്തു തുടങ്ങി. പ്രവാസത്തിന്റെ അവസാന നാളുകളിലൂടെയാണ് കടന്നു പോവുന്നത്. എത്ര വേഗതയിലാണ് വർഷങ്ങൾ കടന്നു പോയത്. ഇനിയെന്ത് എന്ന ചിന്ത ഇപ്പോൾ അലട്ടുന്നില്ല. എന്തിനെയും സധൈര്യം നേരിടാനുള്ള കരുത്ത് ഈ പ്രവാസകാലം എനിക്ക് തന്നു.

ഇവിടെ എത്തുന്നത് വരെ എനിക്കൊരു തെറ്റിദ്ധാരണ ഉണ്ടായിരുന്നു. ദുബായ് എന്ന സ്വപ്ന ഭൂമിയെക്കുറിച്ച്. പക്ഷെ ഇവിടെ എത്തിയപ്പോഴാണ് ഒരു കാര്യം മനസ്സിലായത്. ഒരു സ്വപ്നം പോലും കാണാൻ പറ്റാതെ എത്ര ആൾക്കാരാണി

വിടെഎല്ലാ സങ്കടങ്ങളും ഒതുക്കി ജീവിക്കുന്നത്.

'നാട്ടിലെത്തിയാൽ നീ എന്റെ മക്കളെ പോയൊന്ന് കാണണം' എന്ന് പറഞ്ഞ എത്ര അമ്മമാരെയാണ് ഞാനിവിടെ കണ്ടത്. ഞാനും കാത്തിരിക്കുകയാണ് പല കാഴ്ചകളും കാണാൻ.

തണുപ്പ് കൂടി കൂടി വരുന്നു. ചെറുപ്പത്തിൽ തണുപ്പുകാലത്ത് രാവിലെ എണീക്കുക എന്നത് പ്രയാസം പിടിച്ച ഒരു പണിയായിരുന്നു. അമ്മമ്മയുടെ കുഴമ്പ് മണക്കുന്ന കരിമ്പടത്തിൽ കൂടിയാൽ എഴുന്നേൽക്കാനേ തോന്നില്ല.

അമ്മമ്മ വല്ലാത്തൊരു ഓർമ്മയാണ്. സദാ പുഞ്ചിരിച്ച് ആരോടും പരിഭവമോ, പരാതിയോ ഇല്ലാതെ ജീവിച്ച അമ്മമ്മയെ കുറിച്ചോർക്കാതെ ഒരു ദിവസവും കടന്ന് പോവാറില്ല. ഉറക്കത്തിൽ ആ തണുത്ത കൈ വന്ന് തലോടി സങ്കടങ്ങളെ ഇല്ലാതാക്കാറുണ്ട്.

'കുഞ്ഞി മറ്റുള്ളോർ പറേന്ന് കേട്ട് നീയാ നെല്ലി മരത്തിലൊന്നും ചാടി കേറല്ലേ.'

ഒരിക്കൽ സ്കൂളിലേക്ക് പോവുന്നതിന് മുൻപ് വീടിനടുത്തുള്ള നെല്ലിമരത്തിൽ ചാടി കേറി നെല്ലിക്ക പറിക്കാൻ നേരം കാലൊന്ന് വഴുക്കി ഞാൻ വീണിരുന്നു. ആ ഒരു ഓർമ്മയിൽനിന്ന് കൊണ്ടാവണം പോവാൻ നേരം അമ്മമ്മ അത് ഓർമ്മിപ്പിക്കും.

പശു, ആട്, കോഴി, പറമ്പ് നിറയെ വാഴകൾ. ഇതൊക്കെയായിരുന്നു അമ്മമ്മയുടെ ലോകമെങ്കിലും നാട്ടിലെ എല്ലാ വീടുകളിലും എന്താഘോഷമുണ്ടെങ്കിലും അമ്മമ്മ മുന്നിലുണ്ടാവും. അവിടുന്ന് തിന്നാൻ കൊടുക്കുന്ന പലഹാരങ്ങൾ ഭദ്രമായി പൊതിഞ്ഞ് അമ്മമ്മ എനിക്ക് കൊണ്ടു തരുമായിരുന്നു.

വർഷങ്ങൾക്ക് ശേഷമുള്ള ഒരു ജൂൺ മാസത്തിലെ മഴക്കാലത്താണ് ഞാൻ എന്റെ മൂത്ത മോളെ പ്രസവിക്കുന്നത്. അന്ന് തന്നെയാണ് അമ്മമ്മ ഞങ്ങളെ വിട്ടിട്ട് പോവുന്നത്. ആശുപത്രികിടക്കയിൽ വച്ചാണ് അമ്മമ്മ ഇനിയില്ല എന്ന സത്യം ഞാൻ അറിയുന്നത്. ആർത്തലച്ച് പെയ്യുന്ന മഴക്ക് മേൽ എന്റെ നിലവിളി ഇല്ലാതായി. ഒരു സന്തോഷത്തിന് മേൽ വലിയൊരു സങ്കടം. ഞാൻ പ്രസവിക്കുന്ന കുഞ്ഞിനെ കാണാൻ അമ്മമ്മ വല്ലാതെ ആശിച്ചിരുന്നു. പക്ഷേ...

ജീവിതത്തോണി

കുഞ്ഞുനാളിൽ ആകാശത്തൂടെ ഒരു വിമാനം പറന്നു പോവുന്നതിന്റെ ശബ്ദം കേട്ടാൽ പുറത്തേക്ക് ഓടി വന്ന് കൗതുകത്തോടെ നോക്കി നിൽക്കുക എന്നത് എന്റെ ഒരു ശീലമായിരുന്നു. ആ വിമാനം ആകാശവർണ്ണങ്ങൾക്കിടയിലൂടെ മറഞ്ഞും തെളിഞ്ഞും ചിറക് വിടർത്തി പറന്ന് പോകുന്ന കാഴ്ച എത്ര കണ്ടാലും മതിയാവാറില്ല. വിമാനത്തോടുള്ള ഇഷ്ടം അതിര് കവിഞ്ഞത് കൊണ്ടാവാം.

പറശ്ശിനി മുത്തപ്പന്റെ അനുഗ്രഹവും പ്രസാദവും വാങ്ങി മടങ്ങുകയായിരുന്നു. അപ്പോൾ ചന്തയിൽ വച്ച് വല്യമ്മ വർണ്ണവളകൾ വാങ്ങി തരാൻ നേരം ഞാൻ അത് വേണ്ടെന്ന് പറഞ്ഞു. അവിടെ തൂക്കിയിട്ട ഒരു വിമാനത്തിന്റെ കളിപ്പാട്ടം ചൂണ്ടിക്കാണിച്ചു. അത്കണ്ട വല്യമ്മ 'ആൺകുട്ട്യാണോ നീ' എന്ന് ശാസനയുടെ രൂപത്തിൽ ചോദിച്ച് എന്റെ തലക്കൊരു കിഴുക്ക് തന്നു.

തിരിച്ചുവരുന്ന യാത്രയിൽ ഉടനീളം ആ തൂക്കിയിട്ട ആ കളിപ്പാട്ടത്തിന്റെ മനോഹരദൃശ്യമായിരുന്നു കണ്ണിൽ. നിരാശയുണ്ടെങ്കിലും ക്ഷേത്ര നടയിൽ നിന്ന് വെളിയിൽ കേട്ട ഒരു വാക്ക് എനിക്ക് പ്രതീക്ഷയും ആശ്വാസവും തരുന്നതായിരുന്നു. പറക്കാൻ യോഗം കാണുന്നുണ്ട്. തത്തയെ കൊണ്ട് ശീട്ട് എടുപ്പിച്ച എന്റെ ഭാവി പ്രവചിച്ച കൈനോട്ടക്കാരന്റെ ആ ഒരൊറ്റ വാക്ക്.

കൈനോട്ടക്കാരന്റെ ആ വാക്ക് കേട്ട എല്ലാവരും പുച്ഛത്തോടെ എന്നെ നോക്കി. അതിലൊരാൾ വല്യമ്മയെ സഹതാപത്തോടെ നോക്കി, വല്യമ്മയാണല്ലോ കൈനോട്ടക്കാരന് പൈസ കൊടുത്തത്.

“അമ്മ എത്താറായോ” മോളങ്ങനെ ചോദിച്ചപ്പോൾ, ഞാൻ ഓർമ്മയിൽ നിന്ന് ഞെട്ടി ഉണർന്നു. കണ്ണുകൾ തിരുമ്മി നോക്കിയപ്പോൾ, എന്നിലെ എന്നെ തന്നെയാണ് ഞാൻ എന്റെ മകളിൽ കണ്ടത്. എത്ര വേഗമാണ് കാലം കടന്നു പോയത്.

‘അമ്മാ, ഇനീം കുറേ ദൂരമുണ്ടോ മംഗലാപുരത്തേക്ക്?’ അക്ഷമയോടെ മോള് ചോദിച്ചപ്പോൾ ഞാനൊന്ന് മൂളി. അപ്രതീക്ഷിതമായി ജീവിതം വീണ്ടും എന്നെ പരീക്ഷിക്കാൻ ഇറങ്ങിയിരിക്കുകയാണ്. ഇവിടുന്നങ്ങോട്ട് ജീവിതം എനിക്ക് വെല്ലുവിളി നിറഞ്ഞതാണ്. എന്റെ കണ്ണുകൾ നിറയുന്നുണ്ടോ. ഏയ് ഇല്ല. വറ്റി വരണ്ട കണ്ണിൽ എന്ത് കണ്ണീര്. നിർത്തിയിട്ട വണ്ടി നീങ്ങിത്തുടങ്ങി. അല്ലലില്ലാതെ തുഴഞ്ഞ ജീവിതത്തോണിയുടെ തുഴ നഷ്ടപ്പെട്ടിരിക്കുന്നു. ഇനിയെന്ത്? എങ്ങനെ ജീവിക്കും. എന്നാൽ ആ ചിന്തയിൽ തന്നെ ഭയപ്പെട്ടിരിക്കേണ്ടി വന്നില്ല. നല്ലവരായ നാട്ടുകാർ, സുഹൃത്തുക്കൾ, നാട്ടിലെ പ്രവാസികൾ എല്ലാവരും ഒരു

പാട് സഹായിച്ചു. അതിനിടയിൽ ഞാനും എങ്ങനെയോ കരുത്താർജ്ജിച്ചു. പറ്റാവുന്ന തൊഴിൽ ചെയ്തു കുടുംബശ്രീയിൽ നിന്നുണ്ടാക്കിയ സാധനം വിറ്റും സ്കൂൾ ബസ്സിൽ പോയും ഇടയ്ക്ക് ലോട്ടറി വിറ്റും ആധാരം എഴുതിയും, ലൈബ്രറിയിൽ ജോലി ചെയ്തും ഞാൻ ജീവിതത്തെ തിരികെ പിടിക്കാൻ ശ്രമിച്ചു. അതിനിടയിൽ പണ്ട് കൈനോട്ടക്കാരൻ പറഞ്ഞ പറക്കാനുള്ള യോഗവും ഒരു ദിവസം വന്നണഞ്ഞു.

കുഞ്ഞുനാളിൽ കണ്ട ആകാശക്കാഴ്ചയുടെ വർണ്ണങ്ങൾ ഇപ്പോഴില്ല. എങ്കിലും പോയേ പറ്റൂ. വീട്ടിൽ ഇനിയും കുറേ കടങ്ങൾ ബാക്കിയുണ്ട്.

ആകാശക്കാഴ്ച കണ്ട കൊതിച്ച് ഓടിച്ചെന്ന് നോക്കിയ കൗതുകം പറന്നപ്പോൾ കിട്ടിയില്ല. ഒരു നിർവികാരത മാത്രം. നാട്ടിൽ നിന്ന് ഈ പ്രവാസലോകത്തെത്തീട്ട് രണ്ടര വർഷമാകുന്നു. ഞാൻ ജോലിക്ക് നിൽക്കുന്നിടം എന്റേതുകൂടിയാണ്. അത്രയ്ക്ക് കരുതലും സ്നേഹവുമാണ് എനിക്ക് നല്കുന്നത്.

'അമ്മാ എനിക്ക് പനിക്കുന്നു. നല്ല തണുപ്പുണ്ട് അമ്മ. അടുത്തുണ്ടായിരുന്നെങ്കിൽ എനിക്ക് പറ്റിച്ചേർന്ന് കിടക്കാമായിരുന്നു'. ഇന്നലെ മോളുടെ വോയ്സ് മെസ്സെജ് വന്നു. അതുകേട്ടപ്പോൾ അതുവരെ പിടിച്ച് നിന്ന എനിക്ക് നിയന്ത്രണം വിട്ടു. തിരിച്ച് ഒന്നും പറയാൻ പറ്റാതിരുന്ന എന്റെ അടുക്കലേക്ക് അമ്മ നഷ്ടപ്പെട്ട ഞങ്ങളുടെ ഇവിടുത്തെ പുതിയ കൂട്ടുകാരിയായ പൂച്ച വന്ന് പറ്റിച്ചേർന്ന് നിന്ന് ദയനീയതയോടെ എന്നെ നോക്കി. പതുക്കെ അതിനെ തലോടിയപ്പോൾ അത് എന്നിലേക്ക് കൂടുതൽ ഒട്ടിച്ചേർന്നു. അമ്മ മണം തേടുന്ന കുഞ്ഞിനെ പോലെ.

ഹിമം ഉരുകുമ്പോൾ

അസഹ്യമായ പൊടിക്കാറ്റടിച്ചപ്പോൾ അസ്വസ്ഥതയോടെ സീത വേഗം നടന്നു. മണലാരണ്യത്തിലെ കാറ്റിന്റെ നീറ്റൽ കണ്ണിൽ മാത്രമല്ല നെഞ്ചിലേക്ക് കൂടിയാണ് പ്രഹരമേൽപ്പിക്കുന്നത്. നിത്യേനെ കണ്ടു മുട്ടുന്ന പലമുഖങ്ങളും തന്റെ മുന്നിലൂടെ പതിവ് ചിരി നൽകി കടന്നു പോയിട്ടും നിർവികാരതയോടെ അവൾ നടന്ന് പോയതേ ഉള്ളൂ. പുഞ്ചിരിക്കാനുള്ള കഴിവ് തനിക്ക് നഷ്ടപ്പെട്ടതു പോലെ. അവൾ നോക്കി. ഫോണിൽ മക്കളുടെ മെസ്സേജ് വീണ്ടും വന്നു കൊണ്ടേയിരുന്നു പണം ആവശ്യപ്പെട്ട് കൊണ്ട്.

എല്ലാവർക്കും അവരവരുടെ കാര്യം നടക്കണം. അതിനിടയിൽ ഒരിക്കൽ പോലും 'അമ്മാ സുഖമാണോ,' എന്നൊരു കുശലാന്വേഷണം ഉണ്ടായിട്ടില്ല. 'അക്കാ' പിന്നിൽനിന്ന് സെൽവി വിളിച്ചപ്പോൾ സീത നിന്നു. ഓട്ടമാണോ നടത്തമാണോ എന്ന് തറപ്പിച്ച് പറയാൻ പറ്റാത്ത രീതിയിൽ

സീതയുടെ അടുത്തെത്തി സെൽവി. കിതച്ച് കൊണ്ട് പറഞ്ഞു. 'എവളോവ് നേരാച്ച് ഉന്നൈ കൂപ്പിടറെൻ?'

സീത അവളെ ആദ്യമായി കാണുംപോലെ നോക്കി നിന്നു. തന്നെ കാണുമ്പോൾ തന്റെ മുഖത്തേക്ക് തലോടി കുശലം ചോദിക്കുന്ന ഈ അക്കക്ക് ഇതെന്ത് പറ്റീന്ന മട്ടിൽ സെൽവി ഭദ്രയെ നോക്കി. പിന്നെ പതുക്കെ ഭദ്രയുടെ ചുമലിൽ തട്ടി. 'അക്കാ ഉനക്ക് എന്നാച്ച് ഉടമ്പ് സെരിയില്ലെ?'

സീത ഞെട്ടിയുണർന്നു. പിന്നെ എന്തോ പറയാൻ തുടങ്ങും നേരം സെൽവി അവളുടെ നെറ്റിയിൽ തൊട്ടു നോക്കി. പനിയുണ്ടോ എന്ന മട്ടിൽ. നെറ്റിയിൽ ചൂടൊന്നും പടർന്നില്ല എന്ന് കണ്ടപ്പോൾ ആശ്വാസത്തോടെ നെടുവീർപ്പിട്ടു. ആകാശത്തൂടെ ഫ്ളൈറ്റ് പോകുന്നതിന്റെ മൂളക്കം സെൽവി കൗതുകത്തോടെ നെറ്റിയുടെ മേലെ കൈത്തലം കൊണ്ട് മറ പിടിച്ച് മേൽപ്പോട്ടേക്ക് നോക്കുന്നത് കണ്ടപ്പോൾ സീതയ്ക്ക് അതിശയം തോന്നി. രണ്ട് വർഷമായി പെണ്ണിവിടെ തന്നെപ്പോലെ ഹൗസ് മെയ്റ്റായി വന്നിട്ട്, എന്നിട്ടും കുട്ടിത്തമോ കൗതുകമോ വിട്ടുമാറിയിട്ടേ ഇല്ല.. പാവമാണ്.

ആർക്കൊക്കെയോ വേണ്ടി ഈ മണലാരണ്യത്തിൽ വെന്തുരുകുന്നു. ഫ്ളൈറ്റ് പറന്ന് ആകാശമലമടക്കുകളിലേക്ക് ഊളിയിട്ടപ്പോൾ സെൽവി കണ്ണുകൾ പിൻവലിച്ച് സീതയെ നോക്കി ഒന്നു ചിരിച്ചു. ഒരു കള്ളച്ചിരി. ആ ചിരി കണ്ടപ്പോൾ അതുവരെ മൂകമായി നിന്നിരുന്ന സീതയുടെ മുഖമൊന്ന് തെളിഞ്ഞു. എന്നും കുട്ടിത്തം വിട്ടുമാറാത്ത സെൽവിയെ അവൾക്ക് വളരെ ഇഷ്ടമാണ്. കഴിഞ്ഞ കൊറോണക്കാലത്ത് തന്റെ അച്ഛൻ മരിച്ചതറിഞ്ഞ് കെട്ടിപ്പിടിച്ച് പൊട്ടിക്കരഞ്ഞ

സെൽവിയെ തനിക്കെങ്ങനെ ഇഷ്ടപ്പെടാതിരിക്കാൻ കഴിയും. ഞാൻ ഇവിടെ വന്നതിൽ പിന്നെ തനിക്ക് പ്രിയപ്പെട്ടവർ എത്ര പേരാണ് വിട്ട് പോയത്. അവരെ താനിപ്പോൾ ഓർക്കായേില്ല. ജീവിച്ചിരിക്കുന്നവർ തനിക്ക് അതിന് പോലും സമയം നൽകാറില്ലല്ലോ.

'അക്കാ, നീ എന്ന കനവാ കാണറെ? സെൽവി വീണ്ടും സീതയെ തട്ടിവിളിച്ച് കൊണ്ട് പരിഭവപ്പെട്ടു. 'ഏയ് കനവൊന്നുമല്ല മോളേ.' പറ.. അല്ല.. സൊല്ല് അവസാന വാചകം പറയുമ്പോൾ സീത ഒന്നു ചിരിച്ചു സെൽവിയും.

'അക്കാ എനിക്ക് ഒരു കാര്യം സൊല്ലണം'. സീത തലയാട്ടി, പറയൂ എന്ന മട്ടിൽ

'എനിക്ക്... എനിക്ക്..'' ബാക്കി പറയാൻ കഴിയാതെ അവൾ നാണിച്ച് തലതാഴ്ത്തി.

സീത അവളെ കൗതുകത്തോടെ നോക്കി. നാണം ഈ പെണ്ണിന് ലവലേശം ഇല്ലെന്നാണ് എനിക്ക് പലപ്പോഴും തോന്നിയിട്ടുള്ളത്. ഇങ്ങനെ നാണിക്കാൻ മാത്രം എന്താണ് സംഭവിച്ചത്. സീത അത് തുറന്ന് ചോദിച്ചു.

ആദ്യമൊന്നും പറയാൻ കൂട്ടാക്കാതെ ഒടുവിൽ സെൽവി നാണം വിടാതെ തന്നെ പറഞ്ഞു. എനിക്ക് തിരുമണം.

സീതക്ക് സംഗതി പിടി കിട്ടി. കുറേ നാളായി സെൽവിക്കൊപ്പം സമയം ചിലവഴിച്ചത് കൊണ്ടാവാം അവൾക്കും തമിഴ് കേട്ടാൽ മനസ്സിലാവും. സീത തന്റെ സന്തോഷം മറച്ചു വച്ചില്ല.

സ്നേഹത്തോടെ അവൾ സെൽവിയുടെ കവിളിൽ തലോടി.

ആ തലോടലേറ്റപ്പോൾ അവളുടെ കണ്ണുകൾ നിറഞ്ഞൊഴുകുന്നത് സീത കണ്ടു. അവൾ

സെൽവിയെ ചേർത്തു പിടിച്ചു.

സന്ധ്യയായിട്ടും പാർക്കിലേക്ക് ആൾക്കാർ ഒഴുകി വന്നു കൊണ്ടേയിരുന്നു. അടച്ച് പൂട്ടലിന്ശേഷം തുറന്ന് കിട്ടിയ സ്വാതന്ത്ര്യം ആൾക്കാർ പരമാവധി ആസ്വദിക്കുന്നത് സീത നിർവികാരതയോടെ നോക്കി. രണ്ടാഴ്ച കഴിഞ്ഞാൽ സെൽവി നാട്ടിലേക്ക് പോകും.

അവൾ കൂടി പോയി കഴിഞ്ഞാൽ ഞാൻ വീണ്ടും ഇവിടെ തനിച്ചാണ്. അല്ലെങ്കിലും എന്നും ഞാൻ തനിച്ചായിരുന്നു. അമ്മയുടെ മുഖം ഓർമ്മയിൽ പോലുമില്ല. ഓർമ്മവയ്ക്കും മുൻപേ അമ്മ തന്നെ വിട്ടുപോയിരുന്നല്ലോ. ചുമരിൽ നിറം മങ്ങി ഫ്രെയിം അടർന്ന ഒരു ഫോട്ടോ മാത്രമാണ് തനിക്കമ്മ. എങ്കിലും ആ സാമീപ്യം ഞാൻ എത്ര തവണ ആഗ്രഹിച്ചിട്ടുണ്ട്.

'സീത, നീയെന്താ നിന്നുറങ്ങുവാണോ? തന്റെ വില്ലയ്ക്ക് തൊട്ടടുത്ത് താമസിക്കുന്ന രാജിച്ചേച്ചി വന്ന് തട്ടി വിളിച്ച് ചോദിച്ചപ്പോൾ സീതയ്ക്ക് സ്ഥലകാലബോധം വന്നു.

'ഇല്ലേച്ചി ഞാൻ..'. എന്തു പറയണമെന്നറിയാതെ സീത കുഴങ്ങി.

'സീത നീയൊരു കാര്യം അറിഞ്ഞോ?'

'എന്ത്?'

സീത വലിയ താല്പര്യമില്ലാത്ത മട്ടിൽ ചോദിച്ചു.

'നമ്മുടെ വിന്ധ്യൻ സാറിന്റെ വീട്ടിൽ ജോലിക്ക് നിലക്കുന്ന ആ തമിഴത്തി ഇല്ലെ, എന്താ അതിന്റെ പേര്?'

'സെൽവി'

സീത പെട്ടെന്ന് പറഞ്ഞു.

'ങ്ഹാ... അവള് തന്നെ..'

'അതിന്നലെ കൊറോണ വന്ന് മരിച്ചു.'

'ഏയ് ഇല്ല. അവള് അവളിപ്പൊ എന്റെ കൂടെ ഉണ്ടായിരുന്നു.'

'ഇപ്പൊഴോ. വട്ടായോ പെണ്ണേ നിനക്ക് അവളിവിടെ നിന്ന് നാട്ടിൽ പോയിട്ട് തന്നെ രണ്ടാഴ്ച ആയല്ലോ..'

വിന്ധ്യൻ സാറിപ്പോ കണ്ടപ്പോൾ പറഞ്ഞതാ അവളുടെ കാര്യം. സീത ഞെട്ടിത്തരിച്ച് നിന്നു. തന്റെ കൂടെ കുറച്ചുനേരം മുമ്പ് വരെ ഉണ്ടായിരുന്ന തന്റെ സെൽവി. ഇല്ല.. എല്ലാവരും കള്ളമാണ് പറയുന്നത്. ആരും തന്നെ വിട്ടു പോയിട്ടില്ല. ആരും.. അവൾ വേഗതയിൽ നടന്നു. തനിക്കിവിടെ നിന്ന് എവിടെയെങ്കിലും പോയി രക്ഷപ്പെടണം. പക്ഷെ എത്ര വേഗത്തിൽ നടന്നിട്ടും അവൾക്കൊരടി മുന്നോട്ട് നീങ്ങാൻ പറ്റുന്നില്ല. ഒന്ന് പൊട്ടിക്കരയണമെന്നുണ്ട് പക്ഷെ.. പക്ഷെ..

ആകാശത്തൂടെ ഒരു ഫ്ളൈറ്റ് പോവുന്ന ശബ്ദം. സീത മേൽപോട്ടേക്ക് നോക്കി. അപ്പോൾ അവൾക്ക് എല്ലാം മനസ്സിലായി. രാജിയേച്ചി പറഞ്ഞത് ശരിയാണ്. രണ്ടാഴ്ച മുമ്പ് സെൽവി തന്നോട് യാത്ര പറഞ്ഞ് പോയ അതേ ഫ്ളൈറ്റ്. അവളുടെ സ്വപ്നങ്ങളെയും കൊണ്ട് പറന്ന അതേ ഫ്ളൈറ്റ്. ഒരു ഞേട്ടലോടെ സീത മറ്റൊരു സത്യം കൂടി തിരിച്ചറിഞ്ഞു.

ദിവസങ്ങളും മാസങ്ങളും ആഴ്ചകളും കടന്നുപോവുന്നതൊന്നും താനറിയുന്നില്ല. അവൾ വീണ്ടും വേഗത്തിൽ നടന്നു. പക്ഷെ ബന്ധങ്ങളുടെ ചങ്ങലയാൽ ബന്ധിക്കപ്പെട്ട കാലുകളിൽ വല്ലാത്ത വേദന. അത് വല്ലാതെ നോവിക്കുന്നു. സെൽവിയുടെ മരണം പോലെ..

കലണ്ടർ

ജൂൺ മാസത്തിലെ പതിവ് മഴ പെയ്തിറങ്ങുമ്പോൾ അത് വളരെ കൗതുകത്തോടെ ആദ്യമായി കാണുന്ന കുട്ടിയുടെ മനസ്സോടെ ഞാനത് നോക്കിയിരുന്നു. മഴയേക്കാൾ എന്റെ മനസ്സ് പെയ്യുന്നുണ്ട്. ദൂരെ കടലിനക്കരെ ഞാൻ പറിച്ചുനടാൻ പോവുകയാണ്. സ്വപ്നത്തിൽ പോലും വിചാരിക്കാത്ത കാര്യമാണ് യാഥാർത്ഥ്യമാകാൻ പോവുകയാണ്. ഏച്ചി ഈട ഏടെങ്കിലും പൊന്ത്ണ്ടാ. അയൽവാസികളായ കുട്ടികൾ വന്ന് അങ്ങനെ ചോദിച്ചപ്പോൾ ഞാൻ ഞെട്ടിയുണർന്ന് അപരിചിതരെ നോക്കുമ്പോലെ അവരെ നോക്കി. അവർ വീണ്ടും ചോദ്യം ആവർത്തിച്ചു. തിരിച്ച് ഞാനവരോട് ചോദിച്ചു. എന്തിനാ പൊന്ത്. നീന്തൽ പഠിക്കാൻ. ഞാനൊന്ന് മൂളിയ ശേഷം പൊന്തില്ലാന്നു പറഞ്ഞു.

അവർ യാത്ര പറയാൻ പോലും നിൽക്കാതെ പൊന്തും തേടി ഓടിപ്പോയി. ആ ഓടിപ്പോകുന്നത്

കണ്ടപ്പോൾ ഞാനും ഒരു കൂട്ടുകാരിയും ആണെന്ന് തോന്നി. അല്ല ഒരു യാഥാർത്ഥ്യം തന്നെയായിരുന്നു.

കൂട്ടുകാരി മിനിയുടെ വീടിന് മുന്നിൽ നിന്ന് ഞാൻ ഉറക്കെ വിളിച്ചപ്പോൾ ഇറങ്ങി വന്നത് മിനി ആയിരുന്നില്ല. അവളുടെ അമ്മയായിരുന്നു. സ്വതവേ പതുക്കെ സ്നേഹത്തോടെ സംസാരിക്കുന്ന അമ്മ അന്ന് അൽപ്പം ഗൗരവത്തിലായിരുന്നു. ങ്ഹും ശബ്ദത്തിലെ പരുക്കൻ ഭാവം കണ്ട് ഞാനൊന്നു ഞെട്ടി.

'മിനി...' മിനിയുടെ അമ്മ എന്നെ തുറിച്ചു നോക്കി. പിന്നെ ദേഷ്യത്തോടെ പറഞ്ഞു. മദിച്ചു വന്നിട്ട് മൂടിപ്പുതച്ചു കിടക്കുന്നുണ്ട്. തലേദിവസം നാടാർകുളത്തിൽ നിന്ന് സമയംപോലും നോക്കാതെ മുങ്ങിയും, പൊങ്ങിയും, തൊട്ട് കാക്ക കുളിച്ചതിനും മദിച്ചതിന് മിനിക്ക് പണികിട്ടിയെന്ന് എനിക്ക് മനസ്സിലായി.

അത് വാങ്ങാൻ നേരം ഞാൻ അമ്മമ്മയോട് നെരുവമ്പ്രത്തെ അമ്മമ്മയുട ഭാഷയിൽ പറഞ്ഞാൽ കൊട്ടകേല് സിനിമ മാറിയ കാര്യം പറഞ്ഞു. ഞാൻ പറഞ്ഞതു കേട്ട അമ്മ തല ഒന്നു ചൊറിഞ്ഞ ശേഷം പറഞ്ഞു. 'നീ ആദ്യം കൊറച്ച് ഉപ്പിട്ട കഞ്ഞിന്റെ ബേള്ളം കൊണ്ടന്നെ. സിൽമൊക്കെ നമ്മക്ക് പിന്നെ കാണാം.'

അമ്മമ്മ ഒരു വാക്ക് പറഞ്ഞാൽ അതിൽ ഒരു മാറ്റം വരൂല്ല എന്നറിയാവുന്ന ഞാൻ സന്തോഷത്തോടെ അകത്തേക്ക് പോയി. അതിനിടയിൽ ഞാൻ എന്റെ പുസ്തകത്തിൽ ഒളിപ്പിച്ച മാളൂട്ടി സിനിമയുടെ നോട്ടീസ് എടുത്ത് നോക്കി പ്രതീക്ഷയോടെ. പക്ഷെ അമ്മമ്മ വാക്ക് പാലിച്ചെങ്കിലും

അച്ഛൻ സിനിമ കാണാൻ വിട്ടില്ല. ഏറെ വേദനി പ്പിച്ച് സംഭവം ആയിരുന്നു അത്. അല്ലെങ്കിലും എന്റെ ജീവിതം എനിക്ക് ഒരിക്കലും പ്രതീക്ഷി ക്കാത്ത അനുഭവങ്ങളാണല്ലോ തരുന്നത്. നിയോ ഗമെന്നോ, വിധിയെന്നോ വിളിച്ച് അതിനു മുന്നിൽ കീഴടങ്ങാൻ ഞാനില്ല. എനിക്ക് മുന്നോട്ട് പോയേ പറ്റൂ. എന്റെ ചിന്തകളെ അലോസരപ്പെടുത്തി കൊണ്ട് ഫ്ളാറ്റിലെ ക്ളോക്ക് തന്റെ സമയം അറി യിച്ച് കൊണ്ട് മുഴങ്ങി. അത് കേട്ടപ്പോൾ പഴയ സ് കൂൾ വീണ്ടും ഓർമ്മയിലേക്ക് വന്നു.

വഴിയരികിൽ പടർന്നു പന്തലിച്ച മാവും മധുര മൂർന്ന മാങ്ങയും അമ്മമ്മയും, അച്ഛനും, നെരുവ മ്പ്രത്തെ അമ്മമ്മയുടെ കൊട്ടകേം എല്ലാം ഓർമ്മ യായി. ആ ഓർമ്മകളുടെ മധുര സ്മരണയിൽ ഞാൻ വീണ്ടും എന്നിലെ എന്നെ തന്നെ ഒന്ന് തിര യുന്നു. സ്കൂൾ വിട്ട് വരുന്ന നേരം വഴിയോരത്തെ വലിയ മാവിൻ ചോട്ടിൽ ആറ്റുനോറ്റിരുന്ന് കിട്ടിയ മാങ്ങേം തിന്ന് കളി തമാശകളിൽ ഉല്ലസിച്ച് വരുന്ന നേരമാണ്. നെരുമ്പ്രത്തെ പുതിയ ടാക്കീസിൽ പുതിയ സിനിമ വന്നതിന്റെ വരവറിയിച്ചുകൊണ്ട് ജീപ്പ് കടന്നുപോയത്. പതുക്കെ പോയ വാഹന ത്തിന്റെ പിന്നിലിരുന്ന ഞാൻ ഞങ്ങളുടെ മുമ്പിലേക്ക് ഇട്ട നോട്ടീസ് കണ്ടതോടെ അതെടു ക്കാൻ ഓടി. ആ ഓട്ടത്തിനിടയിൽ ഞാനൊന്ന് വീണു. ആ വീഴ്ചയിൽ കൈയിൽ നിന്ന് മാങ്ങ തെറിച്ച് ദൂരേക്ക് പോയി. വീണിടത്ത് നിന്ന് എഴു ന്നേറ്റ ഞാൻ കണ്ടത് ശ്രീജയും മറ്റ് കൂട്ടുകാരികളും നോട്ടീസും കൊണ്ട് വരുന്നതാണ്. അവർ എന്നെ കളിയാക്കി ചിരിച്ചു കൊണ്ട് കൈയ്യിലെ നോട്ടീസ് ഉയർത്തിക്കാട്ടി. വീണതിന്റെ വേദനയും ദേഷ്യവും

എല്ലാം കാരണം എന്റെ കണ്ണിൽ ഇരുട്ട് കയറി. ഞാനത് ശ്രീജയുടെ കൈയ്യിൽനിന്ന് പിടിച്ചു വാങ്ങാൻ നോക്കുകയും അതൊരു പിടിവലിയിൽ എത്തുകയും ഒടുവിൽ അത് കീറി ആർക്കും കാര്യ മില്ലാത്ത പാകത്തിലുമായി.

'ഉണ്ടേ, നിന്റെ തലമണ്ട ഞാൻ തല്ലിപ്പൊട്ടിക്കും.' അവൾ അങ്ങനെ പറയുക മാത്രമല്ല, പുസ്തകക്കെട്ട് കൊണ്ട് എന്റെ തലയ്ക്ക് ശക്തിയായി അടിക്കുക കൂടി ചെയ്തു. ഘൗ എന്നൊരു ഒച്ച വന്നെങ്കിലും അവൾക്ക് കീറിപ്പറഞ്ഞ നോട്ടീസിന്റെ കഷണം മാത്രമേ കിട്ടിയുള്ളൂ എന്നത് കണ്ടപ്പോൾ എനിക്ക് സന്തോഷമായി. അവൾ എന്നെ നോക്കി കൊഞ്ഞനം കുത്തി കാണിച്ച ശേഷം എന്നെ കൂട്ടാതെ വേഗത്തിൽ നടന്ന് പോയി. അവൾ പോകുന്നതും നോക്കി കുറച്ച്നേരം നിന്ന ശേഷം ഞാൻ കൈയ്യിൽ ചുരുട്ടിപ്പിടിച്ച നോട്ടീസിന്റെ കീറിയ ഭാഗം നിവർത്തി നോക്കി. നിഷ്കളങ്കമായ ഒരു ചിരിയോടെ താടിക്ക് കൈകൊടുത്തിരിക്കുന്ന ഒരു കുഞ്ഞിന്റെ ചിത്രം മാളൂട്ടി.

അന്ന് പതിവിലും വൈകിയാണ് ഏതോ വീട്ടിൽ നിന്ന് പണി കഴിഞ്ഞ് അമ്മമ്മ വന്നത്. വന്ന ഉടനേ മടിക്കുത്തിൽ എനിക്കായി കരുതി വച്ച കാജ എടുത്ത് നീട്ടി. സംഗതി പിടികിട്ടിയത് കൊണ്ട് ഇനി അവിടെ നിന്നിട്ട് കാര്യമില്ലെന്ന് മനസ്സിലായപ്പോൾ ഞാൻ പതുക്കെ വലിഞ്ഞു.

പുതുമഴ പെയ്ത് നിറഞ്ഞ നാട്ടാർകുളം കാണു ന്നത് തന്നെ ഒരു ഭംഗിയാണ്. അപ്പോ അതിൽ നീരാ ടിയാലോ അവധി ദിനങ്ങളിൽ ഞങ്ങളെല്ലാം അതി രാവിലെ തന്നെ നാട്ടാർ കുളത്തിലേക്ക് നീരാടാൻ പോകും. ആർപ്പ് വിളിയും ബഹളവും കൊണ്ട്

ആൾക്കാർക്ക് ശല്യമാവുന്ന ആ നീരാട്ട് ചിലപ്പോൾ നട്ടുച്ചവരെ നീളും. വയറ് വിശന്ന് നിലവിളിക്കും വരെ.

മിനിക്ക് സുഖമില്ലെന്ന് അിറഞ്ഞപ്പോൾ നാട്ടാർ കുളത്തെ നീരാട്ട് മോഹം മഴവെള്ള പാച്ചില് പോലെ എവിടേക്കോ ഒലിച്ച് പോയി. എങ്കിലും അവിടെ പോയി പടവിലിരുന്നു.

'ഏച്ചി പൊന്ത് കിട്ടി'. ദൂരെയെവിടെയൊക്കെയോ അലഞ്ഞ് മഴയത്തൂടെ ഓടി വന്ന് അയൽവാസിയായ കുട്ടി സന്തോഷത്തോടെ വിളിച്ച് പറഞ്ഞപ്പോൾ സുന്ദരമായ ഓർമ്മകൾ തന്ന നട്ടാർകുളത്തെ പടവിൽ നിന്ന് ഞാൻ പതുക്കെ എഴുന്നേറ്റു.

പൊന്ത് കിട്ടിയ ആവേശത്തോടെ മഴയെ പോലും വകവെക്കാതെ തുള്ളിച്ചാടി പോകുന്ന ആ കുട്ടികളെ കണ്ടപ്പോൾ ഒന്നും കൂടി ആ കുട്ടിക്കാലം തിരിച്ച് കിട്ടിയെങ്കിലെന്ന് സത്യമായും ആഗ്രഹിച്ചു.

മഴയുടെ ശക്തി കൂടി വന്നു. ഇനി ഏതാനും ദിവസങ്ങൾ കഴിഞ്ഞാൽ ഈ മഴയും മഴക്കാലവുമൊക്കെ ഓർമ്മ മാത്രമാകും. ഇങ്ങനെ ഒരു യാത്ര പോകേണ്ടി വരുമെന്ന് ഒരിക്കലും വിചാരിച്ചിരുന്നില്ല. ആഗ്രഹവും ഇല്ലായിരുന്നു. പക്ഷെ ജീവിതം ഏൽപ്പിച്ച ഒരു പാട് ഉത്തരവാദിത്വങ്ങൾ എന്നിലുണ്ട്. അത് കൊണ്ട്എനിക്ക് പോയേ പറ്റൂ. എല്ലാ ഉന്മേഷവും നഷ്ടപ്പെട്ടപോലെ കലണ്ടറിലെ ചുവന്ന വര എന്നെ തുറിച്ച് നോക്കുന്നത് പോലെ എഴുന്നേറ്റ് കലണ്ടറിനടുത്ത് ചെന്ന് യാത്രയ്ക്ക് നിശ്ചയിക്കപ്പെട്ട ദിവസത്തെ തൊട്ടു. ഞാനങ്ങനെ തൊട്ടപ്പോൾ ആണിയിളകി ആ കലണ്ടർ എന്റെ

കാൽക്കീഴിലേക്ക് വീണു.

എന്തോ ഒരു തെറ്റ് ചെയ്ത് മാപ്പ് ചോദിക്കുന്നത് പോലെ.

•••

www.ingramcontent.com/pod-product-compliance
Lightning Source LLC
LaVergne TN
LVHW092053051026
849517LV00013B/2655
* 9 7 8 9 3 9 4 4 7 2 2 7 3 *